Otnewuk
Mga Saliwang Salaysay

W. J. Manares

Ukiyoto Publishing

All global publishing rights are held by

Ukiyoto Publishing

Published in 2023

Content Copyright © W. J. Manares

ISBN 9789360166663

*All rights reserved.
No part of this publication may be reproduced, transmitted, or stored in a retrieval system, in any form by any means, electronic, mechanical, photocopying, recording or otherwise, without the prior permission of the publisher.*

The moral rights of the authors have been asserted.

*This is a work of fiction. Names, characters, businesses, places, events, locales, and incidents are either the products of the author's imagination or used in a fictitious manner. Any resemblance to actual persons, living or dead, or actual events is purely coincidental.
This book is sold subject to the condition that it shall not by way of trade or otherwise, be lent, resold, hired out or otherwise circulated, without the publisher's prior consent, in any form of binding or cover other than that in which it is published.*

www.ukiyoto.com

*Para sa katulad mong baliktad ang pananaw sa buhay
at mahilig sa mabilisang pagbasa!*

Contents

Dulot Ay Kasiyahan	1
Kalungkutang Hatid	3
Kambal, Tambal, Lambal	4
Ang Kolektor	8
Soundtrip	9
The Ugly "Dokleng"	12
Juan	14
L-Dr	17
Paalam, Boy Kulot	18
Kung Anu-Ano Ang Iniisip	20
Oplan Ligtas Langgam	23
Ang Walang Kuwentang Haligi	24
Panayam Kay Christine	26
Palit-Kulay	28
Manggagawa'y Nawalan	29
Anggulo Ng Gulo	31
Wawa	32
Ang Maniniyot	34
Sama Ng Loob	35
Bakas	36

Salisi	37
Talambuhay Ng Isang Maton	43
Tungkol sa May-akda	44
About the Author	45

Dulot Ay Kasiyahan

Sa gitna ng dagat ay may isang kahariang hindi nasisikatan ng araw ni buwan man. Ngunit sa kabila ng lahat ay may kakaibang liwanag na nagpapatingkad ng pamumuhay doon. Ito ay nagmumula sa isang nilalang na may mga sipit at matigas na katawan. Oo, isang alimango. Dambuhalang alimango. Siya ang hari ng kanyang mga nasasakupan.

Sa sobrang tanda nito ay nagniningning na siya. Marami nang pagsubok na nadaanan. Marami nang winasak na lambat at marami na ring natakasang mga tampalasang nais siyang malasahan.

"Nais kong umakyat sa lupa," wika ng alimango.

"Ngunit mahal na hari..." mahinahong sagot ng isa niyang tauhan.

"Ngunit, ano!?" mariing tanong ng hari.

"Mapanganib po, mahal na hari..." nanginginig na sagot ng tauhan.

"Mapanganib!? Huh! Sa tanda kong ito!? Tila nakalimutan mo yata na ako'y isang bihasa sa lahat ng larangan, kawal!?" pagyayabang ng hari.

"Paumanhin po, magiting naming hari..." may pagmamakaawang wika ng tauhan.

At sa oras ding iyon ay nagpatawag siya ng biglaang pagpupulong upang ipabatid sa lahat ng nilalang sa buong karagatan ang kanyang nais na pagtungo sa lupa. Dahil na rin sa takot ng bawat isa ay hindi na nila nagawang kontrahin pa ang kagustuhan ng hari. Sa halip ay nagdiwang silang lahat dahil sa kanyang kadakilaan.

Habang patuloy sila sa walang taros na pagsasaya, bigla na lamang nawala ang liwanag at nabalot ng kadiliman ang buong kaharian. Nagpulasan ang lahat. Hindi nila alam kung ano'ng gagawin. Nabigla sila sa pangyayari.

At hindi natagal, may nakapansin na nawawala ang kanilang hari. Biglang nawala ang alimango sa kanyang kinaroroonan. Lalong nataranta ang lahat ng mga dumalo sa pagtitipon.

Sa ibabaw ng tubig, may kasiyahang nagaganap. Isang bangkang de motor ang nakahuli ng napakalaking lamang-dagat. Kasalukuyan nila itong iniihaw. Sapat na itong pulutan hanggang makarating sila sa dalampasigan.

Kalungkutang Hatid

May sinapian na naman sa Grade 7 - Balete, mukhang akma sa pangalan ng Section nila ang kaganapan. Katabi lang ng kwarto namin ang Balete. Mahogany ang sa amin.

Sina Kay at Lee, BFF sila. Kapwa sila nahuhumaling kay R.L. Stine at Stephen King. Dati ko silang mga kaklase noong nasa Grade 6 pa lang kami. Magandang K-Pop artists sana itong dalawa kung mahilig lang sana sila sa Blackpink at Red Velvet pero iba ang tugtugan nila. Katulad ko, Micro-grind ang nakahiligan namin.

Malaki ang impluwensiya ng musika sa pananamit. Iba ang dating naming tatlo sa Santa Antonia College - HS Dept. dito sa Bay, Laguna. Muntikan na nga akong matukhang noon kasi sa porma ko (lakas nilang maka-discriminate, huh).

Kina-Lunesan, biglang nalungkot ang buong SAC. Maaga pa'y dumating na ang mga magulang nina Kay at Lee sa paaralan. May dalang malungkot na balita. Hindi na raw papasok ang kanilang mga anak.

Magpapahinga muna sila habang inaalam ang nakaraang kaganapang kinasangkutan ng dalawa.

Kambal, Tambal, Lambal

May isang lalaking may kakambal na babae. Naulila silang dalawa bago matapos ang Pandemyang Pandaigdig. Naglakas-loob silang mamuhay sa kanilang tahanang naputulan ng kuryente. Araw-araw ay umiigib sila sa nag-iisang mahimalang balon na hindi naiibsan ang lamang sariwang tubig. At sabay na namimitas ng mga bunga sa gulayan ng lumisan nilang kapitbahay. Ilang taon na rin silang magkasamang dalawa.

Isang gabi, pagkatapos nilang maghapunan...

"Sa ayaw mo't sa gusto, kailangan mo pa rin akong tabihan sa pagtulog," sabi ng babae.

"Ayaw ko nga, eh! Malalaki na tayo!" pagtanggi ng lalaki.

"Saan ka naman matutulog, aber?" nagtanong ang babae na tila nagagalit.

"Dito na lang ako sa kusina," may halong inis na sagot ng lalaki.

"Ah, kung ganun... Dito na rin ako matutulog!" pang-iinis pa lalo ng babae.

Hindi kumibo ang lalaki at inumpisan na ang paglatag ng karton at nahiga. Mabilis itong dinalaw ng antok. Hindi tumagal, bigla siyang naalimpungan. May naamoy siyang mabangong bulaklak na humahalimuyak, dahilan upang magising ang kanyang diwa. At doon niya nakita ang pinakamarikit na nilalang sa balat ng lupa.

Isang diwata. Kumikislap ang puting kasuotan nito sa sinag ng buwang iniiwasan ng makakapal na ulap. Naaaninag ang maselan nitong dibdib habang tumatagos ang liwanag. Bakat na bakat naman ang matambok nitong pagkababae na tila nagpapaboso at nais magpasilip sa sinumang palarin.

Isang nimpa. Ang kulay-ubeng buhok nito na sayad sa lupa ay umakit sa kanya. Mga matang busilak na para bagang bumabaga sa gitna ng di-malirip na kadiliman. At unti-unti nga itong lumapit sa kanya. Lumuhod sa kanyang tabi, yumuko ng bahagya at bumulong sa kanya ng "Huwag kang matakot!" na may bahid ng kalibugan at pantasya.

Walang nagawa ang lalaki kundi magpaubaya. Walang boses na lumabas sa kanyang bibig. Panay tango lamang siya. Hanggang sa nakatulog siyang muli na naghuhumindig ang pagkalalaki.

Bago magpakita ang dilaw na araw, bago magpakawala ng matining na tilaok ang labuyong tandang, naramdaman na lang niya na sumisikip ang kanyang dibdib. Tila may nakadagan sa kanya.

Tama nga, may nilalang ngang nakapatong sa kanya. Nais niyang kumawala ngunit unti-unting tumatamlay ang kanyang matipunong katawan. Nawawalan ng lakas. Nauubos sa bawat kilos na kanyang ginagawa. Halos matunaw sa pag-indayog ng nimpang maharot. Diwata ng kalibugan.

Kinaumagahan, nagising siyang nananakit ang mga balakang. At sa pagdilat ng mga mata'y biglang nagulantang sa nasumpangan. Ang kapatid niyang babae ay walang saplot at nakayakap sa kanyang hubad na katawan.

Ang Kolektor

Sa loob ng silid-aklatan ng isang paaralan ako lumaki kasi isang guro ang aking ina. Doon na kami tumira sa school campus dahil malayo ang bahay ng aking mga magulang. Kaya siguro nakahiligan kong mangulekta ng mga libro.

Soundtrip

Jaworski Masangkay, Jao in short, alam na kung anong hilig ni Erpats. Naiinis na nga ako sa given name ko eh. Oo, 'di kailang matangkad ako (pero lampa, hehe) ngunit basketball is not my game. Bad trip tuwing intrams kasi 'yung si Sir Bernard na kilabot ng P.E., pinipilit ako palaging magtry-out. Tinatanggihan ko lahat ng alok niya kaya naman nagreflect sa grades ko. Minsan na rin akong nagrounded kung saan kwarto at kusina lang ang direksyon ko sa loob ng bahay, sa loob ng isang linggo. Kinuha pansamantala ni Daddy ang Nokia 2.1 ko, bawal kasi mag-ML at COC. Ipinagbawal din sa akin pati TV.

Dito ako naimpluwensiyahan ng kakaibang musika nang minsang habang nakakulong sa kwarto, naisipan kong mag-ayos ng mga gamit, imbes na magmukmok. Halungkat Mode. Pinagbubuksan ko ang mga cabinet hanggang sa nagkandalaglagan ang mga laman. May bumagsak pa sa paa ko. Napa-aray talaga ako dun at napaupo sa sahig.

Mabigat, matigas, rectangular. OMG, lumang Walkman ni Kuya Jordan. Pinulot ko ito at lumipat ng upo sa kama. May laman pa itong cassette tape. Lock Up. Yan ang tatak. Bago ito sa akin. Nacurious ako kaya't pinindut-pindot ko ito pero tila hindi gumagana. Napansin ko na rechargable pala ito.

9V. Nakasulat sa gilid ng maliit na butas. Aha, tamang-tama may charger ako ng keyboard na inorder namin sa Lazada.

Paglipas ng 2 hours, binunot ko ang pagkakacharge at sinubukan ulit ang lumang Walkman. Umilaw ito pero walang tunog.

Ay siya nga pala, Walkman ito. Kailangan ko ng headset at meron ako nito sa aking bag.

Makabasag eardrums ang bawat bagsak ng mga linya, weird ang tunog na pinapakinggan ko ngayon. Hatid nito'y kakaibang puwersang nagpalipad sa aking ulirat.

"Hoy Jao, gising!"

"Gising!"

Bigla akong napamulat. Ginigising ako ni Kuya Jordan. Nakatulog pala ako. Bumubulusok pa rin sa aking kabuuan ang tunog na dala ng Walkman.

Kakauwi lang ng Kuya ko galing sa factory ng hot sauce, 6 ng gabi.

"Maghahapunan na, ah, tara na sa baba," aniya.

"Opo, Kuya!"

"Aba, mukhang may nangialam ng gamit ko, ah," sabi niya habang nakatitig sa aking mga tainga.

"Ayy sorry po, Kuya."

"Okay lang Jao, basta ingatan mo, huh, alam mo naman, sentimental value…"

"Salamat po Kuya, hayaan n'yo ibabalik ko po agad," magalang kong sagot.

Mabuti naman at hindi galit si Kuya Jordan ko.

Nakahinga ako ng maluwag na sinundan naman ng hikab.

Naghapunan kami. Ang ulam - inihaw na bangus with matching maanghang na sukang Paombong. Carolina Reaper ata sangkap nito, pagkaanghang eh!

Simula noon, nakagawian ko ng magsoundtrip gamit ang Walkman ni Kuya at halos namemorize ko na ang bawat alingawngaw ng gitara, bawat palo ng drummer, bawat dagundong ng bass guitar, at namaos na rin ako sa kakagaya sa boses ng vocalist - boses baboy, boses uwak, boses halimaw!

The Ugly "Dokleng"

"**D**okleng! Dokleng!" Walang patid na panunukso ng mga kaklase niya.

Simula pagkabata, tadtad na ng tukso si Layla. Hindi kasi tuwid ang kanyang paningin. Sa madaling salita, siya ay duling.

Ipinanganak na walang ama, ang ina nyang si Leslie ay iniwan noong nalaman ng walang hiyang si Ramon, na buntis siya. Ang kawawang ina ni Layla ay nawalan ng pag-asa, kamuntikan ng magpakamatay, at sinubukang ipalaglag ang sanggol sa kanyang sinapupunan. Uminom ng sangkatutak na mga tableta at mga kapsula upang hindi na matuloy ang buhay sa kanyang tiyan.

Ngunit mukhang makapit ang tamod ng lalaki, kaya nabuo ito, at iniluwal ni Leslie ang mala-anghel (duling nga lang) na babae... Si Layla!

Naapektuhan kasi ang kanyang paningin sa napakataas na dosage ng gamot na tinira ni Leslie. Ngunit para kay Layla, normal ang kanyang paningin. Lumaki siyang may tamang pananaw sa buhay.

Habang nagdadalaga ay unti-unti namang umaayos ang kanyang mga mata. Lalong gumanda ang dating maamong mukha at lalong kuminis ang kanyang kutis at buong katawan.

"Layla Cruz!" Isang malakas na sigaw mula sa nakapinid na pinto.

"Po!?" Sagot ng binibining naghihintay na tawagin ang kaniyang pangalan.

Tumayo siya sa pagkakaupo. Huminga nga malalim at taimtim na sinabi sa sarili, "Kaya mo 'yan, Layla! Papasa ka sa audition! Mag-aaritista ka na!"

Juan

May nanganak na naman sa isang pampublikong hospital...

Dr: Pagbilang ko ng tatlo, i-ere mo ng todo, Misis! Isa... dalawa... ere!

Mrs: (nakanganga lang at masama ang tingin sa Doktor)

Dr: Hello, Misis... Sabi ko, pagbilang ko ng tatlo, umire ho kayo...

Mrs: (halos mawalan ng hininga) Putang ina mo, Doc! Hanggang dalawa lang naman 'yung bilang nyo, ah!

Dr: Putang ina mo rin, Misis! Sumunod ka na lang...

Makalipas ang ilang segundo...

Dr: Hayan na ang ulo, Misis! 'Wag kang huminto sa pag-ere...

Mrs: (napa-ungol sabay sipa sa Doktor) Aaahhhhh.... Ohhhhh....

At dito nagsimula ang buhay ng isang batang bukod sa may kaunting hitsura ay isa itong wais na nilalang...

Siya si... (ops, teka lang, later pa i-rereveal 'yung name nya)

Dr: Naku, mukhang walang iyak, ah... (sabay palo sa pwet ng sanggol)

Baby: (biglang nagulat kaya nasapak niya sa mata ang Doktor)

Dr: (muntik nang mabitawan ang bata) Ouch! Masakit 'yun, ah... Putang inang sanggol 'to! Malamang boksingero 'to paglaki...

Iniwanan na lang basta-basta ng doctor na may black eye ang baby sa tabi ng ina... At biglang lumabas ng Operating Room...

Madlang pipol: (sinalubong ng malulutong na hagikhikan si Doc) Bwahaha! Nyahaha!

Dr: (naasar) Mga putang ina ninyong lahat!

Samantala, sa loob ng OR...

Nars: Misis, ano pong ipapangalan ninyo sa anak ninyo...

Mrs: (hindi umimik)

Nars: May suggestion po ako, Misis... Magandang pangalan sa lalaki ay John, para kasing foreign ang ama nito, mahaba at malaki ang burat ni baby, eh!

Mrs: (biglang nagsalita) Putang ina mong nars ka! Anlibog mo!

Nars: (nagulantang) Totoo naman po, eh. Oh, ayan oh, tayung-tayo pa nga, eh, kaso nga lang lupaypay.... (sabay tawa na may pagka-sarcastic)

Mrs: (nakasimangot) Pwede bang Juan na lang...

Nars: (napa-Sanaol) Ah, kung sa bagay, Misis, Pinoy nga naman, kaya maganda nga ang Juan, kapag John kasi pang-foreign eh... (tawa ulit na halatang badtrip)

Mrs: (lalong sumimangot) Putang ina mo talagang Nars ka! Walang kinalaman ang foreign-foreign at pinoy-pinoy dito!

Nars: (nagtaka) Eh, bakit po pala Juan at hindi John? Para medyo modern naman sana...

Mrs: Juan ang gusto kong ipangalan sa anak ko... Because... Because....

Nars: Because, ano po, Misis? Ano pong dahilan nyo?

Mrs: Juan ang ipapangalan ko sa kanya... Dahil... Dahil... Nag-iisa lang siya! (at bigla itong nawalan ng malay)

L-Dr

Si Toby ay isang humanoid na in-assign sa Earth for renovation dahil sira na ito. Naghahanap siya ng magiging kaparaanan upang mapabilis ang operasyon. Maaaring magtagumpay siya o kaya naman ay mapahamak.

Nasira kasi 'yung Earth dahil sa kagagawan ng mga dayong aliens, noong nakaraang linggo. Pinagtripan nila 'yung pyramids sa disyerto at natagpuan nila ang oil fields.

Hinukay. Ngunit sa kasawiang-palad ay aksidente nila itong napasabog.

Maraming namatay. Isa na rito si Tracy, ang kasintahang Arabiana ni Toby. Long Distance Relationship? Baka naman, Left-Dead Romantic.

Paalam, Boy Kulot

Zombie Apocalypse na. Nagtakbuhan na ang mga natitirang tao. Ako at ang aking pamilya ay umalis na rin sa aming baryo dahil nga sa panganib. Bigla lang kasing may sumusulpot na zombie kahit saan at kapag nalingat ka, yari kang bata ka!

Nilisan na rin ng mga nakaangat sa buhay ang bayan dahil kahit nakaangat ang bahay nila mula sa lupa ay napapasok pa rin ito ng mga mapaminsalang demonyo mula sa hukay. Wala na rin ang mga alagad ng batas, malamang nagsi-alsa-balutan na. Ang mga lider ng bayan at ang mga kampon ng politika ay hindi na mahagilap. Tiyak na nagsitago na rin sila kagaya noon at sa araw-araw.

Hawak-kamay kami ng aking maybahay habang hawak ko rin ang kamay ng aming panganay na anak. Ang bunso naman namin ay nakahawak sa kamay ng aking asawa. Napadaan kami sa nakatambak na mga bangkay na maaaring muling tumindig kahit ano mang oras. May mga sasakyan ding umuusok sa gitna ng kalsada. Sabog ang mga gulong, wasak ang mga salamin at tumatagas ang mamahaling gasolina.

Binalak naming apat na maghanap ng mapagtaguan. Yung dakong hindi ka makikita, yung parang araw ng Pasko ang set-up. Hanggang sa nakarating kami sa isang squatters' area kung saan nakilala namin si Boy Kulot.

Pinatuloy kami ni Boy Kulot sa kanilang hideout. Siya ang namumuno sa mga nakaligtas. Ngunit napansin kong may bendahe siya sa kaniyang kaliwang braso. Kung kaya't sinabi ko sa aking asawa at mga anak na, "Hindi tayo maaaring magtagal dito."

Nagpaalam ako ng maayos kay Boy Kulot, "Mukhang marami na kayo rito, Boy," mahinahon kong sabi, "ayaw naming makadagdag sa pakakainin mo at iingatang mga buhay. Kung puwede ay aalis na lang kami."

Malungkot ang kaniyang mukha na may guhit ng pagtataka. Ngunit sa aking pagpupumilit ay pumayag si Boy Kulot. Nagpaalam na rin kami sa mga taong nagkukubli doon. At tuluyan na kaming lumabas sa sekretong lagusan.

Hindi pa kami nakakalayo ay bigla kaming tinawag ni Boy Kulot. "Hintay!" Bumalik kaming apat upang malaman kung bakit niya kami hinabol.

"Heto ang itak ko. Dalhin ninyo. Sana makatulong 'yan sa oras ng panganib."

Kung Anu-Ano Ang Iniisip

Grade 7 pa lang, kami na ni Ann. Ngayong malapit na kaming magtapos sa kolehiyo, mukhang matatapos na rin ang aming relasyon.

Marami-rami ring taon ng kasiyahan ang aming pinagsaluhan. Pagsasamang naniniwala sa "forever" na pinatibay ng katapatan at pag-uunawaan. Posible kayang sa isang iglap ay mauwi sa wakas ang lahat? Kagaya sa pasakit at pighati na naranasan ng aming mga kaklase?

Mahal na mahal naman namin ang isa't isa ngunit dumarating talaga ang punto na tila aayaw na ang isa sa amin. Ang tanong; sino kaya ang mauunang susuko? Ako kaya o siya?

Sa oras na ito, napag-isip-isip ko na bumitaw na kaagad bago pa siya magkaroon ng lakas upang unahan ako sa pakikipaghiwalay. Kahit ba binuksan na ang puso, maaari pa ring muling magsara?

Oo, masakit. Napakahapdi kapag pinipilit. 'Yung tipong ayaw mo pang huminto at nag-eenjoy ka pa sa joyride ngunit kailangan nang tumigil ang sasakyan at dapat ka nang bumaba. Parang hinihiwa ang dibdib mo sa kirot. Tutulo ang luha kahit pinipigil, mamumugto ang mata kahit supilin ng isang dakot na tawanan at pandaliang aliw.

Hindi ko lang alam kung ano ang iniisip niya ngayon. At kung ano ang binabalak niya. Bukas ay magtatagpo kami. Magtutuos, ika nga.

Bahala na!

Hindi na lang kaya muna ako makikipag-break sa kanya! Mukhang mahirap kasi mag-move on para sa akin. At alam kong tiyak na mahihirapan din siyang maka-recover kapag naghiwalay kami.

Hindi na lang kaya ako pupunta sa aming tagpuan? Kaso baka naman ako ang mapasama? Baka ano pa ang isipin niya at lalong mapunta sa alanganin ang aming relasyong dalawa.

Bakit kasi nag-iisip ako ng ganito? Bakit ko pinapangunahan ang aking damdamin? Mabuti pa ay itigil ko muna ang binabalak ko. Antayin ko na lang kayang siya ang magpasya? Kaso nga lang, baka mas masakit?

Baka mabigla ako at kung ano pa ang masabi ko sa kanya kapag inunahan ko ang pagsalita. Kapag naman nakabuwelo siya at bigla siyang magdesisyon, nakaka-shock 'yun. Tiyak na magugulantang ako at mapapahagulgol.

Sana'y 'wag nang dumating ang bukas upang hindi muna namin makita ang isa't isa. Kung sakaling magkikita man kami, sana ngayon na. Sana umulan bukas upang may dahilan akong lumiban. Ah, basta, ayaw ko na!

Ngunit, teka lang, kailangan ko talagang magpakita sa kanya. Nananaig pa rin ang aking pag-aalala para kay Ann, tanda ng aking pagmamahal sa kanya. Darating ako, oo, darating ako bukas!

Hindi na siguro ako iimik, magwawalang-kibo na lamang. Hindi ako magsasalita patungkol sa mga iniisip ko. At hinding-hindi ko gagawin ang aking binabalak.

Hindi kasi mapapantayan ng isang pagkukulang ang damdamin ko para sa kanya. At alam kong hindi naman niya kayang ako'y iwanan. Ang haba ng panahon ay katumbas ng mga pagsisikap at pagtitiis namin sa isa't isa. Pagsisikap na mapalago ang aming pinagsasaluhang pag-ibig at pagtitiis sa mga hamon at pagsubok na lalong nagpapatatag sa aming relasyon.

Bukas namin mapapatunayan sa bawat tao na...

May "forever" at hindi nagwawakas ang tunay na pagsinta!

Bukas, alas-9 ng umaga, ilang oras pagkatapos magbukas ng San Isidro Chapel, magaganap ang aming kasal.

Oplan Ligtas Langgam

Kumuha ng kahoy na 2x2 ang sukat. Putulin sa dalawang tig-24 inches, at dalawang tig-28 inches. Pagdugtungin at ang resulta ay tumpak.

Pakuan ng 33 mga pako both sides. Tandaan na 1-inch ang haba ng pako na gagamitin at ang pagpako ay 1/4-inch lamang ang lalim. Ituloy lang ang pagpapako hanggang sa makabuo ng semi-square na pattern.

Maganda rin kung 2x1 lang ang kapal ng kahoy na gagamitin para hindi masyadong mabigat ang sasakyang pangkalawakan ng mga langgam. Tapusin kaagad bago pa matapos ang lahat.

Ang Walang Kuwentang Haligi

Ayaw kong pumasok sa pagawaan ng barko upang magtrabaho. Ako 'yung tipo ng tatay na hindi dapat respetuhin. Ako ang magulang na magulang, na dapat matagal na ninyong itinakwil.

Simula nang iniluwal kayo rito sa mundo ay wala akong pakialam, nagtrabaho ako sa iba't ibang kompanya, iba't ibang uri ng gawain, lahat 'yun pansarili ko lang.

Habang lumalaki kayo ay hindi ko kayo tinuruan ng mabuting asal, hindi ko rin kayo pinalaki ng maayos. Kapag may naramdaman kayong masama o masakit, kapag nagugutom kayo, araw man o gabi, natutulog lang ako.

Kapag may pangangailangan kayo sa school, project, pera, etcetera, hindi ko 'yun ginagawan ng paraan. Kapag may gusto kayong bilhin, kapag kailangan ninyo ng load, kapag may gusto kayong kainin, hindi ko 'yun pinapansin.

Kahit nasasaktan na ako sa mga ugali ninyo, okay lang, hindi ko naman 'yun nararamdaman.

Kung bigla akong mawala, maaari na ninyo akong kalimutan at balewalain. Ang lahat ng nagawa ko bilang isang ama ay sablay. Wala naman kasi akong nagawang mabuti.

Mga anak, hindi ito para sa inyo. Ito ay para sa aking sarili!

Panayam Kay Christine

Takot ka bang mamatay? Bakit?

To be honest, yes po! Takot ako, hindi dahil para sa sarili ko kundi para sa mga taong nagmamahal sa akin. Ayoko pa kasing iwanan 'yung mga mahal ko sa buhay. Sila ang dahilan kung bakit ako nagpapakatatag at lumalaban sa mundong ibabaw na puno ng saya at lungkot. Takot ako na masaktan ko sila sa aking pagkawala. Takot ako na makita silang iiyak dahil wala na ako.

Kapag lilipat tayo sa ibang planeta, sa tingin mo, kasama ka kaya? Bakit naman?

Yes po. Dahil ako'y isang tao rin naman na may karapatang lumagay sa maayos at ligtas na lugar. At ang bawat planeta ay likha ng mga diyos kaya nararapat lamang na lahat ng may buhay, tao man o hayop o kahit na halaman ay makapagpatuloy na mamuhay.

Hindi naman natin hinihingi pero biglang bumaha sa inyo, ano'ng una mong gagawin kapag nangyari ito?

Magdadasal po upang humingi ng tulong dahil alam kong ang mga diyos lamang ang maykakayahang pigalan ang lahat ng mga sakunang dumarating sa ating buhay. Kung uunahin ko po ang magpanic, baka lalo akong mapahamak.

May nunal ka ba? Kung meron, nasaan? At ano'ng ibig sabihin nito?

Meron po, nasa mukha ko. Sagisag ito ng pagiging ma-appeal.

Ano ang pinaka-the best na pakiramdam nang ikaw ay simulang "magsariling-sikap"?

Nakakawala ng stress.

Ano ang gusto mong papel kung hindi ikaw ang sarili mo ngayon at bakit naman?

Gusto kong magmasid sa paligid at manood na lamang nang sa gayon ay matuto pa ng marami.

Palit-Kulay

Nais ng bughaw na ibong baguhin ang kulay ng kanyang balahibo ngunit huli na ang lahat. Napakahaba ng pila sa pamilihan ng pintura. Sa nga sandling ito, malamang ubos na ang kulay na gusto niya.

Manggagawa'y Nawalan

Hindi ko maintindihan ang buhay ko ngayon. Hirap na hirap na ako pero tinitiis ko lang. Nahihirapan akong magtimbang kasi andami nang nagbago.

Para sa pamilya lalung-lalo na para sa mga bata, pati trabaho na dapat ay hindi ko ginagawa ay ginawa ko na kasi no choice ako.

Ayaw kong magutom ang mga bata. Ayaw kong maramdaman nila na mahirap lang kami. Alam ko ang pakiramdam ng naghihirap at kung maaari lang sana ay ayaw kong maranasan nila ito.

Sa totoo lang hindi ko gusto ng ganitong trabaho dahil hindi ako pinalaki ng magulang ko upang masadlak sa ganito. Matino nila akong iginapang sa hirap at pinaghirapan nila ang lahat ng pinakain nila sa akin. Pinag-aral nila ako ng maayos at sinuportahan nila ako dahil may pangarap sila sa akin.

Ngunit biglang gumuho ang pangarap na iyon nang biglaan akong nag-asawa.

Masama ang loob ni tatay, alam ko. Pero wala siyang magawa dahil buntis na ako. Akala ko kasi ay kaya kong itago 'yun at that time pero hindi pala puwede. In short, nagkaroon ako ng dalawang anak.

Kung hindi lang sana dumating ang pandemya marahil naging maayos ang lahat. Nang dahil kasi sa pangyayaring iyon ay bihira ang trabahong mapagkukunan sana ng pangangailan sa araw-araw.

Hindi ko alam kong ano ang nararamdaman ko ngayon. 'Yung mga hirap na dapat danasin ay parang bumuhos sa akin ng biglaan.

Sobrang sakit ng ulo ko at hindi ko maintindihan ang sitwasyon.

Biglang lumabo ang lahat. Hindi ko talaga maintindihan kung bakit nawalan ako ng trabaho.

Anggulo Ng Gulo

Kung minsa'y ibinubulong sa akin ng aking puso na tumigil nang umibig. Ngunit ang utak ko nama'y hindi nagsasawa sa pag-iisip patungkol sa kahalagahan ng pagmamahal. Kung kaya't hinayaan ko silang dalawa na mag-usap.

Hanggang ngayon, hindi pa rin sila nagkakasundo. Iba't ibang anggulo. Ayaw magpatalo. Naguguluhan na ako!

Wawa

Pasensya na, hindi sana kita kakausapin, kasi baka isipin mo na nagmamakaawa ako. Mukha na nga akong kawawa, sana'y 'wag nang kawawain pa.

Ang masasabi ko na lang siguro ay, kung sa tingin mo ay ikabubuti, itigil mo na lang ang dapat itigil, pigilan ang dapat pigilan, hayaan ang dapat hayaan, putulin ang dapat putulin, iwasan ang dapat iwasan, alisin ang dapat alisin, iwanan ang dapat iwanan, balikan ang dapat balikan, sabihin ang dapat sabihin, pag-isipang mabuti ang dapat pag-isipan, patawarin ang dapat patawarin, talikuran ang dapat talikuran, harapin ang dapat harapin, sumama sa dapat samahan, kalimutan ang dapat limutin, tuparin ang mga pangako, kung para sa kabutihan, magpaparaya na ako sa ngayon.

Sana ay may pagkakataon pa akong makaahon at maging tao na may kwenta. Sana balang araw, walang butas na masilip sa akin. Sana mapansin at maalala ang mga nagawa ko, kung meron man. At maitaguyod ko nawa ang pamilya ko sa muling pagdating ng oras ko upang magbago at bumawi.

Handa na ba ako? Ewan ko ba, hindi ko yata kaya, lalung-lalo na kapag wala ka. Sa tingin ko, napakahirap ang mag-isa at lalo siguro akong malulugmok sa depresyon at kaawa-awang sitwasyon.

Sana ay kaawaan pa ako ng mga diyos. Sana ay pagbigyan mo pa rin ako. Ayaw kong maging kahiya-hiya, isang taong iniwanan sa ere...

Ang Maniniyot

Habang naglalakad si Pedro patungo sa tindahan, tumingala siya sa langit at nakita niya ang ulap na may kakaibang hugis. Namangha siya kung kaya't hindi na siya nag-atubiling kuhanan ito ng litrato habang hindi pa ito nawawala. Mahilig kasi siya sa "pareidolia" o isang pagkapansin sa nabuong imahe kahit wala naman talaga.

Habang patuloy siyang nakatitig sa maulap na papawirin, bigla na lamang niyang naalala na wala palang film ang kaniyang camera.

Sama Ng Loob

Kaya nga ako nagtitinda at nagbabarter ng books dahil walang-wala na kami. FYI, mga collections ko po 'yan lahat at may mga sentimental value talaga sila. Sa totoo lang, sayang talaga ang mga book ko na 'yan!

Isa pa, speaking of barter, may barter na noon, panahon pa ni Kupong-kupong. Walang tax-tax 'yun at walang permit-permit.

Para amanos, dapat ilibre na lang ang permit na 'yan, 'yan ang maitutulong nila. Walang bawal-bawal!

Mga opisyal, magbawal lang kayo kung may pinapakain kayo sa akin! Nagtitiis na nga lang ako sa photocopied na aklat, eh! Na-miss ko na ang mga paperback, malinamnam kasi sila...

Bahala ang mga diyos sa mga mapang-api sa anay na katulad ko. Matakot kayo sa sumpa ng mga diyos!

Bakas

Enero 1, Bagong Taon, gumala kami sa paligid para mamulot ng mga paputok na hindi pumutok.

Inipon namin ito at sinindihan, hindi agad nabitawan ng aking tiyuhin ang malaking trianggulo, at sumabog ito sa kanyang kamay. Naputulan siya ng daliri na tumalsik naman sa aking dibdib na ikinasugat ko. Hanggang ngayon, andito pa rin ang bakas ng aking hindi malilimutang karanasan.

Salisi

Hindi ko akalain na aking makikilala ang isang bruskong Grey na si Arms, isang mahusay na Sram o elite na mandirigma mula sa planetang Mars.

Matipuno at nakakalibog siya. Palagi kaming nagsesex sa likod bahay gamit ang kanyang naghuhumindig na sandata. Bagay talaga sa kanya ang maging isang Sram dahil sa nakakalula niyang armas. Kung minsan naman ay nagtatalik kami gamit ang panaginip. Pumapasok siya sa panaginip ko at doon niya ako pinapasok at pinapasakan ng kanyang alien na tarugo.

Nahumaling talaga ako sa kanya. Kakaiba ang kanyang istilo sa pag-iyot. Hindi ko mapigilan ang aking sarili sa pagfifinger kapag naaalala ko ang kanyang mga moves.

Isang gabi, may schedule kaming magdyugdyugan sa aking kama. Maaga akong naghapunan at naligo. Pinabango ko ang buo kong katawan. Mga 30 minutes akong nakababad sa bath tub, pati kaluluwa ko'y babango. Nag-ahit na rin ako ng bulbol at naglagay ng lotion sa buong katawan. Gustong-gusto kasi ng mga Greys ang makinis na pussy.

Nagbuhos ng pabango sa maseselan kong kamay at ipinunas ito sa aking leeg, singit at dibdib. Hindi sinasadyang nasagi ko ang aking dalawang melon, na kanina pa nasasabik sa piga at halik ng isang Grey. Hinawakan ko ang mga ito habang nakatitig sa salamin. "Yari kayo kay Arms mamaya!" Kinausap ko sila. Itinuloy ko ang paghimas-himas sa magkabila kong dibdib hanggang tumayo ang bawat pasas nito. Sinalat-salat ko sila.

Halos lumutang ako sa alapaap sa kiliting dulot ng malulusog ko at kaakit-akit na dibdib. Napaangat ang aking mga paa. Muntik na akong madulas dahil umagos ang juice ng aking pagkababae sa aking mga paa papunta sa sahig. Napakasarap talaga! Mga kamay ko pa lang 'yon... Ano pa kaya kapag mga kamay na ni Arms?!

Pinunasan ko ang bakas ng katas sa aking mga hita. Hindi na ako naghugas muli sapagka't alam kong favorite ng mga Greys ang amoy ng katas ng isang babaeng taga-Earth.

Lumabas ako ng banyo at gumayak, nagsuot ng manipis na dress. Kulay rosas, nipples ko'y naaninag. Inayos ko ang aking mahabang buhok na lampas-pwet. Gustong-gusto rin ito ni Arms.

Hindi na ako nag-panty, alam na this...

Alas-7 na ng gabi, tahimik at malamig. Iniwan kong bukas ang bintana upang makapasok agad ang Sram na si Arms. Pinatay ko ang ilaw at nahiga sa malambot kong bed.

Hindi ko napansin na nakatulog pala ako. Dahil na rin siguro sa ligo at pagpaparaos ko kanina. At baka dahil na rin sa tapang ng pabangong ginamit ko. May halo kasing konting chamomile, pampaantok!

Maya-maya pa'y may kumalabog malapit sa bintana. Excited na ako! Andiyan na si Arms ko...

Muling sumabaw ang aking bulaklak dahil sa pagnanasa. Hihipuin ko na naman sana pero 'wag na muna. It's Arms' turn!

Nagkunwari akong tulog para lalong nakaka-excite. Masarap kasi 'yong feeling na ginagapang ka. Hinayaan ko siyang makapasok, umaasa sa kanyang pagpasok...

At hindi nga nagtagal, naramdaman ko na siyang nililis ang aking dress. Siguro gusto niyang mahipo ang kalbo kong hiyas. Tiyak na masusurpresa siya!

Nagpaubaya ako, tulug-tulugan mode.

Hinawi niya ang aking magkabilang hitang nanlalagkit sa kamunduhan. At bigla na lang naramdaman ko ang mala-ahas niyang dilang gumagalugad sa aking kuweba. Napa-ihi ako sa gigil at tuluyan nang nilukuban ng kalibugan. Libog na libog talaga ako sa ginagawa ng Grey na 'to!

"Aaaaahhhhh..." Napaungol ako.

Inilabas-pasok ni Arms ang kanyang dila sa nanggigigil kong pussy. Lalo akong nasiyahan dahil binibilisan niya ang paghugot-baon. Malalim at mariin. Kuhang-kuha niya ang ritmo ng pag-ibig. Nakuha niya pang paikot-ikutin ang kanyang dila sa tinggil ko. Tornado!

"Oooooohhhh...." Muli akong napaungol. Napabulwak ang magkahalong katas at ihi mula sa aking pepe. Lubos akong nasarapan.

Hindi pa rin ako nagpatinag. Nagkukunwari pa ring tulog hanggang sa tumigil siya sa pagkain sa aking pagkababae at itinaas niya ang dalawa kong paa sa ere. "OMG, kakantutin na ako ni Arms..." Napagtanto ko. "Humanda ka puke ko, ito na ang pinakahihintay mo!" Ani ko sa sarili. "Iyutan to the max!" Dagdag ko pa.

Maya-maya pa'y naramdaman ko na ang kakaibang kirot at kiliti. Magkahalo, nagsasalpukan. Gusto kong sumigaw sa sarap pero hindi ako nagpahalatang gising. Napapasinghap ako, halos mawalan ng hininga, napapamura ang aking kabuuan...

Ramdam na ramdam ko ang pagtutok ng burat niya sa aking madulas na pwerta. Sumagi-sagi pa sa aking mani ang pinakaulo ng kanyang pagkalalaki. Muli akong nagpaubaya!

"Shhlllwwwaaakkkk...." Dinig na dinig ko ang pagbaon ng dambuhalang titi sa aking pekpek. Napaangat ang aking pwet. Nanggigil siya.

At doon na tinuloy-tuloy ni Arms ang pagbayo. Walang puknat, malakas, madiin. Walang sawang hugot-baon. Walang tigil na bakbakan. Napapabuntong-hininga siya. Ako nama'y nabalot na ng sobrang pagnanasa. Halos mapunit ang maselan kong hiyas sa pagkantot niya sa akin. Nakakabaliw...

"Arms.... I'm cumming!" Sigaw ng utak ko. At muling sumirit ang aking dagta. Nilabasan ako... Matinding ligaya talaga ang dulot ng banana ng isang Grey. Ibang-iba talaga ang nalalasap kong sarap sa piling ni Arms.

Sana ganito araw-araw. Sana maulit gabi-gabi. Sanaol!

"Arms, Mars' Sram... I'm falling in love with you!" Sigaw ng aking damdamin.

"Zzzzzkkkrrrtttt..." May kakaibang tunog mula sa bintana. Lumiwanag ang paligid at ako'y nagulantang. Pilit kong inalis ang aking hubad na katawan sa pagkakadagan sa akin ni Arms. Nahirapan akong makawala dahil nakapasak pa rin ang kanyang burat sa pussy ko. Nagpumilit ako at nakalaya...

Tumayo ako sa gilid ng kama at ginising si Arms. Ngunit hindi na siya kumikilos. May umuusok sa kanyang likuran. Tila tama ng kidlat! At doon ko naaninag na hindi pala si Arms ang kaiyutan ko...

Nasalisihan ako at napahagulhol na lamang...

"Twilwilgwilkwil!" Bulyaw ni Arms na ang ibig sabihin ay "manloloko" habang naka-amba sa akin ang kanyang laser gun. Galit na galit siya. Kanina pa pala siyang nakamasid sa labas ng bintana sakay ng kanyang Space Hyper Intergalactic Teleporter o SHIT - isang uri ng futuristic drone. Siya ang bumaril sa nilalang na kumantot sa akin.

Habang umaagos ang luha ko, nag-sorry ako sa kanya. Ngunit, ayaw niyang makipag-ayos. Ayaw niyang tanggapin ang pagsusumamo ko...

Muling narinig ng mga kapitbahay ang isang kakaibang tunog. Kasabay ng alingawngaw, ako'y pumanaw...

Talambuhay Ng Isang Maton

Hindi ko natapos ang Elementarya noon dahil sa pambu-bully sa akin ang aking kaklase sa Grade 5 na mas matanda kaysa sa akin.

Mabuti na lang at may ALS, kahit nahinto ako sa pormal na edukasyon ay naituloy ko pa rin ang aking pag-aaral. Nakapagtapos ako at umunlad ang buhay.

Mula sa lumang radyo ay maririnig ang awiting "Tulisan" na paborito ko.

"Boss Tim, sino ang isusunod namin?" Naaatat na naman ang aking mga kampon.

Tungkol sa May-akda

Si W. J. Manares a.k.a Willer Jun Araneta Manares ay lumabas mula sa sinapupunan ng kanyang ina noong ika-1 ng Hunyo, taong 1985. Isang hindi-gaanong-kilalang Manunula't Manunulat. Siya ay lehitimong miyembro ng ika-7 na henerasyon ng Familia Araneta sa Pilipinas. Masaya siya sa kanyang bukod-tanging pamumuhay sa probinsiya ng Aklan - ang pinakamatandang lalawigan sa bansa.

Siya ang may-akda ng mga aklat-Ukiyoto na, "Betlog : Titiliang Tala, Tatalaang Tula", "Tanaga, Diyona... Dalit? Mga Tulang May Pusong Pinoy (with English translation)" at "Flashbacks of Flashforwards : Speculative Stories".

About the Author

Si W. J. Manares

Si W. J. Manares a.k.a Willer Jun Araneta Manares ay lumabas mula sa sinapupunan ng kanyang ina noong ika-1 ng Hunyo, taong 1985. Isang hindi-gaanong-kilalang Manunula't Manunulat. Siya ay lehitimong miyembro ng ika-7 na henerasyon ng Familia Araneta sa Pilipinas. Masaya siya sa kanyang bukod-tanging pamumuhay sa probinsiya ng Aklan - ang pinakamatandang lalawigan sa bansa. Siya ang may-akda ng mga aklat-Ukiyoto na, "Betlog : Titiliang Tala, Tatalaang Tula", "Tanaga, Diyona... Dalit? Mga Tulang May Pusong Pinoy (with English translation)" at "Flashbacks of Flashforwards : Speculative Stories".

www.ingramcontent.com/pod-product-compliance
Lightning Source LLC
LaVergne TN
LVHW041556070526
838199LV00046B/1993